Hansel at Gretel

Hansel and Gretel

Retold by Manju Gregory
Illustrated by Jago

MANTRA LINGUA

Noong unang panahon, maraming panahon na ang nakalipas, mayroong isang mahirap na mangangahoy na naninirahang kasama ang kanyang asawa at dalawang anak.
Ang pangalan ng batang lalaki ay Hansel at ang kapatid niyang babae naman ay si Gretel.
Sa panahong ito, may isang matindi at napakahirap na taggutom na kumalat sa buong lugar.
Isang gabi, lumapit ang ama sa kanyang asawa at naghimutok, "Halos wala na tayong tinapay na makakain."
"Makinig ka sa akin," ang sabi ng kanyang asawa. "Dadalahin natin ang mga bata sa kagubatan at iiwanan sila doon. Bahala na silang mag-alaga sa kanilang sarili."
"Pero baka kainin sila ng mababagsik na hayop!" ang iyak ng ama.
"Gusto mo bang mapahamak tayong lahat?" ang tanong ng babae. At walang patid na nagsalita ng nagsalita ang babae, hanggang sa pumayag na nga ang ama.

Once upon a time, long ago, there lived a poor woodcutter with his wife and two children. The boy's name was Hansel and his sister's, Gretel. At this time a great and terrible famine had spread throughout the land. One evening the father turned to his wife and sighed, "There is scarcely enough bread to feed us."
"Listen to me," said his wife. "We will take the children into the wood and leave them there. They can take care of themselves."

"But they could be torn apart by wild beasts!" he cried.
"Do you want us all to die?" she said. And the man's wife went on and on and on, until he agreed.

Gising pa sa higaan ang mga bata, di mapalagay at nanghihina dahil sa gutom.
Narinig nila ang bawa't salita, at umiyak sa pagkapoot si Gretel.
"Huwag kang mag-alala," ang sabi ni Hansel, "Sa palagay ko'y alam ko kung paano
natin ililigtas ang ating sarili."
Dahan-dahan siyang lumabas patungo sa halamanan. Sa ilalim ng liwanag ng buwan,
ang mga makikintab at mapuputing bato ay kumikinang na parang pilak sa landas na
dinadaanan. Pinuno ni Hansel ng bato ang kanyang mga bulsa at bumalik upang
bigyang-ginhawa ang kanyang kapatid.

The two children lay awake, restless and weak with hunger.
They had heard every word, and Gretel wept bitter tears.
"Don't worry," said Hansel, "I think I know how we can save ourselves."
He tiptoed out into the garden. Under the light of the moon, bright white pebbles shone like
silver coins on the pathway. Hansel filled his pockets with pebbles and returned to comfort
his sister.

Maaga pa kinabukasan, bago pa man sumikat ang araw, ginising ng ina sina Hansel at Gretel.
"Bumangon na kayo, pupunta tayo sa kagubatan. Heto ang isang piraso ng tinapay para sa inyong dalawa, nguni't huwag ninyo itong kainin kaagad."
Sama-sama silang lumabas. Madalas na humihinto si Hansel at nililingon ang kanilang tahanan.
"Ano ba ang ginagawa mo?" ang sigaw ng kanyang ina.
"Nagpapaalam lang po ako sa maliit kong puting pusa na nakaupo sa bubong."
"Kalokohan!" ang sagot ng kanyang ina. "Magsabi ka ng totoo. Sikat lang yan nang araw sa tuktok ng pausukan."
Patagong inihuhulog ni Hansel ang mga puting bato sa dinaraanan.

Early next morning, even before sunrise, the mother shook Hansel and Gretel awake.
"Get up, we are going into the wood. Here's a piece of bread for each of you, but don't eat it all at once."
They all set off together. Hansel stopped every now and then and looked back towards his home.
"What are you doing?" shouted his father.
"Only waving goodbye to my little white cat who sits on the roof."
"Rubbish!" replied his mother. "Speak the truth. That is the morning sun shining on the chimney pot."
Secretly Hansel was dropping white pebbles along the pathway.

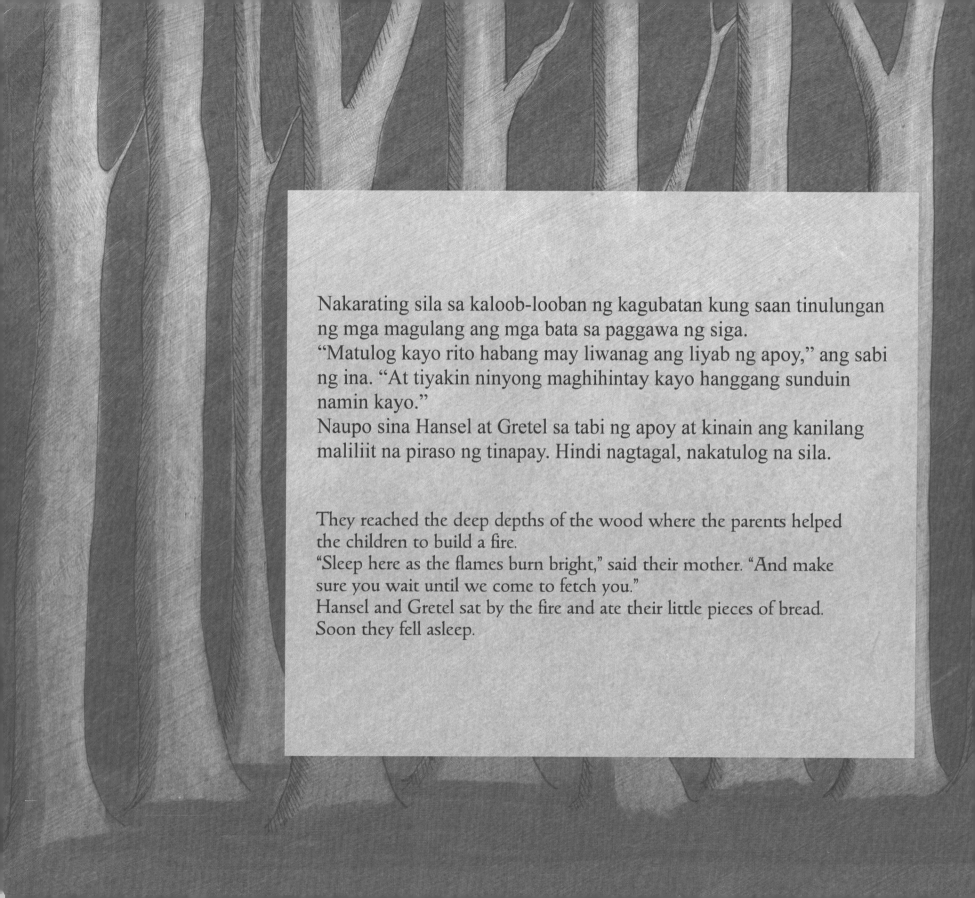

Nakarating sila sa kaloob-looban ng kagubatan kung saan tinulungan ng mga magulang ang mga bata sa paggawa ng siga.

"Matulog kayo rito habang may liwanag ang liyab ng apoy," ang sabi ng ina. "At tiyakin ninyong maghihintay kayo hanggang sunduin namin kayo."

Naupo sina Hansel at Gretel sa tabi ng apoy at kinain ang kanilang maliliit na piraso ng tinapay. Hindi nagtagal, nakatulog na sila.

They reached the deep depths of the wood where the parents helped the children to build a fire.

"Sleep here as the flames burn bright," said their mother. "And make sure you wait until we come to fetch you."

Hansel and Gretel sat by the fire and ate their little pieces of bread. Soon they fell asleep.

Nang magising sila, napakadilim ng gubat.
Umiyak ng umiyak si Gretel."Paano tayo makakabalik ng bahay?"
"Maghintay ka lang hanggang lumiwanag ang buwan," ang sabi ni Hansel.
"Mkikita rin natin ang makikintab na bato."
Binantayan ni Gretel ang dilim ng gabi hanggang sa magliwanag ang buwan.
Hinawakan niya ang kamay ng kapatid at magkasama silang naglakad,
hinahanap nila ang daan pabalik sa pamamagitan mga batong kumikinang.

When they awoke the woods were pitch black.
Gretel cried miserably, "How will we get home?"
"Just wait until the full moon rises," said Hansel. "Then we will see the shiny pebbles."
Gretel watched the darkness turn to moonlight. She held her brother's hand and together
they walked, finding their way by the light of the glittering pebbles.

Nag-uumaga na nang makabalik sila sa munting dampa ng mangangahoy. Nang buksan nito ang pinto, sumigaw ang kanilang ina, "Bakit natulog kayo nang matagal sa kagubatan? Akala ko'y hindi na kayo babalik muli."
Galit na galit siya, pero masaya ang kanilang ama. Masakit sa loob niya ang iwanan silang nag-iisa.

Lumipas ang mga araw. Wala pa ring sapat na pagkain para sa buong pamilya. Isang gabi, narinig ni Hansel at Gretel ang kanilang ina na nagsabing, "Kailangang umalis na ang mga bata. Dadalhin natin sila sa dulo ng kagubatan. Sa pagkakataong ito, hindi na nila makikita ang daan pabalik."
Bumangon si Hansel sa kanyang higaan para muling kumuha ng mga bato, pero ngayon, nakakandado ang pinto.
"Huwag ka nang umiyak," ang sabi niya kay Gretel. "Mag-iisip ako ng paraan. Matulog ka na."

Towards morning they reached the woodcutter's cottage.
As she opened the door their mother yelled, "Why have you slept so long in the woods? I thought you were never coming home."
She was furious, but their father was happy. He had hated leaving them all alone.

Time passed. Still there was not enough food to feed the family.
One night Hansel and Gretel overheard their mother saying, "The children must go. We will take them further into the woods. This time they will not find their way out."
Hansel crept from his bed to collect pebbles again but this time the door was locked.
"Don't cry," he told Gretel. "I will think of something. Go to sleep now."

Kinabukasan, dinala ang mga bata sa isang mas liblib na lugar sa kagubatan na hindi pa nila narating kahit kailan, at mas maliit ang kanilang tinapay para sa paglalakbay. Paminsan-minsan ay humihinto si Hansel para ihulog ang mugmog ng tinapay sa daan.

Nagsiga ang kanilang mga magulang at pinatulog sila. "Magsisibak kami ng kahoy, at susunduin namin kayo kapag tapos na kami," ang sabi ng ina.

Ibinahagi ni Gretel ang kanyang tinapay kay Hansel at sila ay naghintay. Pero walang dumating. "Pagsikat ng buwan, makikita natin ang mga mugmug ng tinapay at makikita natin ang daan pabalik sa ating bahay," ang sabi ni Hansel.

Sumikat ang buwan pero wala na ang mga mugmog. Kinain ang mga ito ng mga ibon at iba pang hayop.

The next day, with even smaller pieces of bread for their journey, the children were led to a place deep in the woods where they had never been before. Every now and then Hansel stopped and threw crumbs onto the ground.

Their parents lit a fire and told them to sleep. "We are going to cut wood, and will fetch you when the work is done," said their mother.

Gretel shared her bread with Hansel and they both waited and waited. But no one came "When the moon rises we'll see the crumbs of bread and find our way home," said Hansel.

The moon rose but the crumbs were gone.
The birds and animals of the
wood had eaten every one.

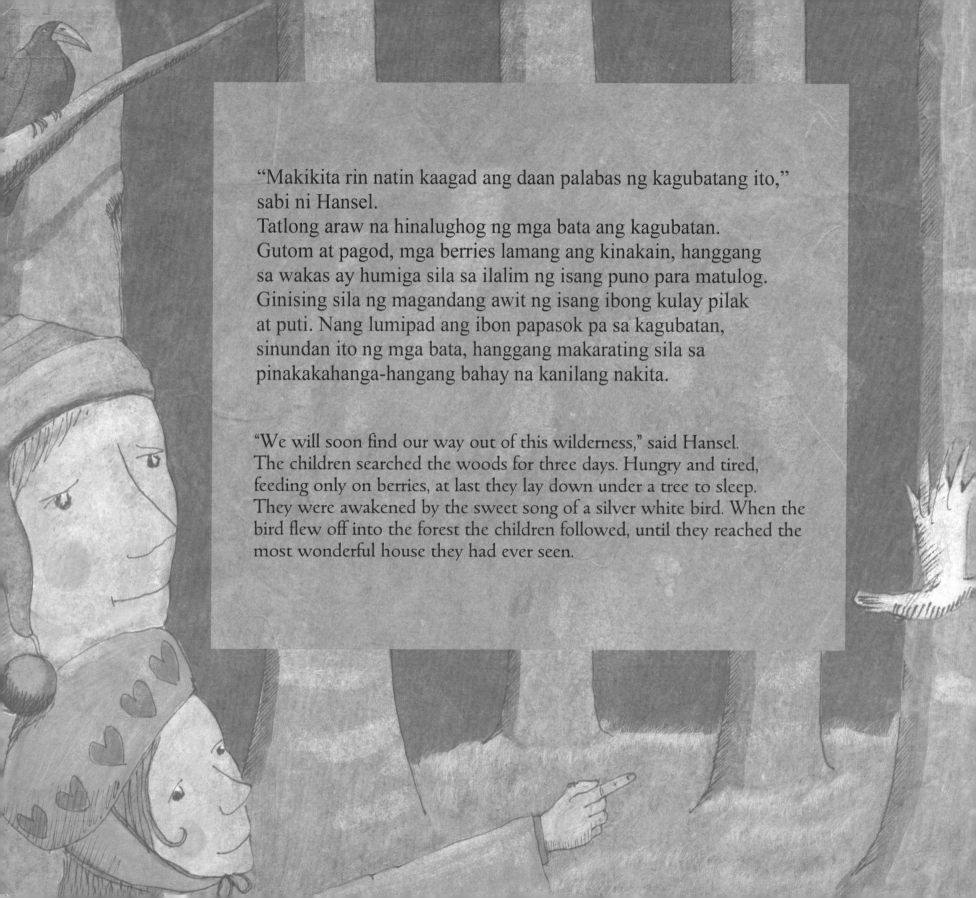

"Makikita rin natin kaagad ang daan palabas ng kagubatang ito,"
sabi ni Hansel.
Tatlong araw na hinalughog ng mga bata ang kagubatan.
Gutom at pagod, mga berries lamang ang kinakain, hanggang
sa wakas ay humiga sila sa ilalim ng isang puno para matulog.
Ginising sila ng magandang awit ng isang ibong kulay pilak
at puti. Nang lumipad ang ibon papasok pa sa kagubatan,
sinundan ito ng mga bata, hanggang makarating sila sa
pinakakahanga-hangang bahay na kanilang nakita.

"We will soon find our way out of this wilderness," said Hansel.
The children searched the woods for three days. Hungry and tired,
feeding only on berries, at last they lay down under a tree to sleep.
They were awakened by the sweet song of a silver white bird. When the
bird flew off into the forest the children followed, until they reached the
most wonderful house they had ever seen.

The walls were tiled with strawberry tarts,
the roof was made of chocolate hearts.
Around the windows were caramel frames
and the pathway was lined with candy canes.
"Now we can eat!" said Hansel and he bit off
a piece of the roof.
Suddenly, they heard a voice. "Jimney, Jimney,
who's that nibbling at my chimney?"
"It's the wind, it blows right in," they
answered, and went on eating.
All at once the door opened and a strange,
shrivelled woman appeared. Beyond her tiny
spectacles she had blood red eyes.
Hansel and Gretel were so frightened they
dropped their sweets.
"What brought you here, my dears?" she said.
"If it is hunger, then come and see what I
have for you."
She took them by the hand and led them
into her little house.

Ang mga dingding ay may tisang yari sa strawberry tarts, ang bubong ay yari sa tsokolateng hugis-puso. Sa palibot ng mga bintana, may mga caramel at ang daanan ay may candy canes sa tabi.

"Ngayon, makakain na tayo!" sabi ni Hansel at kumain siya ng kaunting piraso mula sa bubong.

Bigla na lamang silang nakarinig ng isang tinig. "Jimney, Jimney, sinong kumakain sa aking chimney?"

"Ang hangin, pumapasok sa loob," ang sagot nila, at nagpatuloy sa pagkain. Sabay-sabay na bumukas ang pinto at isang kakatwa, kulu-kulubot na babae ang lumabas. Sa likod ng kanyang maliit na salamin ay makikita ang mapula niyang mga mata.

Takot na takot sina Hansel and Gretel kaya nabitiwan nila ang kanilang kinakain. "Paano kayong nakarating dito, mga anak?" sabi niya. "Kung gutom, halikayo at tingnan natin kung anong mayroon dito para sa inyo." Inakay niya sila at sinamahang papasok sa kanyang maliit na bahay.

Binigyan niya sina Hansel at Gretel ng lahat ng masasarap na pagkain! Mansanas at mani, gatas at pancake na may pulot-pukyutan.

Pagkatapos, humiga sila sa dalawang maliit na kama na may puting kumot at natulog na para bang sila'y nasa langit.

Pinagmasdan silang mabuti ng babae, at sabi niya "Ang papayat naman ninyong dalawa. Mangarap kayo ngayon ng magagandang panaginip, at bukas ay magsisimula ang inyong bangungot!"

Ang kakatwang babaeng may nakakaing bahay at malabo ang mata ay nagkukunwari lamang na mabait. Ang totoo, isa siyang masamang mangkukulam!

Hansel and Gretel were given all good things to eat! Apples and nuts, milk, and pancakes covered in honey.

Afterwards they lay down in two little beds covered with white linen and slept as though they were in heaven.

Peering closely at them, the woman said, "You're both so thin. Dream sweet dreams for now, for tomorrow your nightmares will begin!"

The strange woman with an edible house and poor eyesight had only pretended to be friendly. Really, she was a wicked witch!

Kinaumagahan, sinunggaban ng mangkukulam si Hansel at itinulak siya sa loob ng isang hawla. Nabitag na at nanginginig sa takot, sumigaw siya ng saklolo.
Tumakbo si Gretel patungo sa kanila, at umiiyak na nagtanong, "Anong ginagawa mo sakapatid ko?"
Humalakhak ang mangkukulam at nanlisik ang mga mata nitong simpula ng dugo.
"Inihahanda ko siya upang kainin," ang sagot niya. "At tutulungan mo akong bata ka."
Kinilabutan si Gretel.
Pinagtrabaho siya sa kusina ng mangkukulam kung saan naghanda siya ng maraming masasarap na pagkain para sa kanyang kapatid. Pero tinanggihan ito ng kapatid kasi ayaw niyang tumaba.

In the morning the evil witch seized Hansel and shoved him into a cage. Trapped and terrified he screamed for help.
Gretel came running. "What are you doing to my brother?" she cried.
The witch laughed and rolled her blood red eyes.
"I'm getting him ready to eat," she replied. "And you're going to help me, young child."
Gretel was horrified.
She was sent to work in the witch's kitchen where she prepared great helpings of food for her brother.
But her brother refused to get fat.

Araw-araw, binibisita ng mangkukulam si Hansel. "Ilabas mo nga ang daliri mo," sabi niya, "para madama ko kung gaano ka na kataba!"

Inilabas ni Hansel ang isang nginatngat na butong itinabi niya sa kanyang bulsa. Dahil sa napakalabo ng mga mata ng mangkukulam, hindi niya maintindihan kung bakit ang batang lalaki ay nananatiling

kasingpayat ng buto.

Pagkaraan ng tatlong linggo, naubos na ang kanyang pasensiya. "Gretel, kumuha ka ng panggatong at bilisan mo, ilalagay natin ang batang lalaki sa kalderong lutuan," sabi ng mangkukulam.

The witch visited Hansel every day. "Stick out your finger," she snapped. "So I can feel how plump you are!"

Hansel poked out a lucky wishbone he'd kept in his pocket. The witch, who as you know had very poor eyesight, just couldn't understand why the boy stayed boney thin.

After three weeks she lost her patience.

"Gretel, fetch the wood and hurry up, we're going to get that boy in the cooking pot," said the witch.

Dahan-dahang inilagay ni Gretel ang mga kahoy sa pugon.
Nainip ang mangkukulam. "Dapat pwede na ang pugong 'yan ngayon.
Pumasok ka sa loob at tingnan mo kung mainit na", ang sigaw niya.
Alam na alam ni Gretel ang nasa isip ng mangkukulam. "Hindi ako
marunong," sabi niya.
"Tanga, tangang bata!" galit na galit na sigaw ng mangkukulam.
"Maluwang ang bukasan ng pinto, kahit ako, makakapasok sa loob!"
At para patunayan ito, ipinasok niya sa loob ang kanyang ulo.
Singbilis ng kidlat na itinulak ni Gretel ang mangkukulam sa nagliliyab
na pugon. Isinara niya at ikinandado ang pinto at tumakbo patungo kay
Hansel, at sumisigaw, "Patay na ang mangkukulam! Patay na ang
mangkukulam! Wala nang masamang mangkukulam!"

Gretel slowly stoked the fire for the wood-burning oven.
The witch became impatient. "That oven should be ready by now. Get inside and see if it's hot enough!"
she screamed.
Gretel knew exactly what the witch had in mind. "I don't know how," she said.
"Idiot, you idiot girl!" the witch ranted. "The door is wide enough, even I can get inside!"
And to prove it she stuck her head right in.
Quick as lightning, Gretel pushed the rest of the witch into the burning oven. She shut and bolted the iron
door and ran to Hansel shouting: "The witch is dead! The witch is dead! That's the end of the wicked witch!"

Lumabas si Hansel mula sa hawla na parang ibong nakalaya.

Hansel sprang from the cage like a bird in flight.

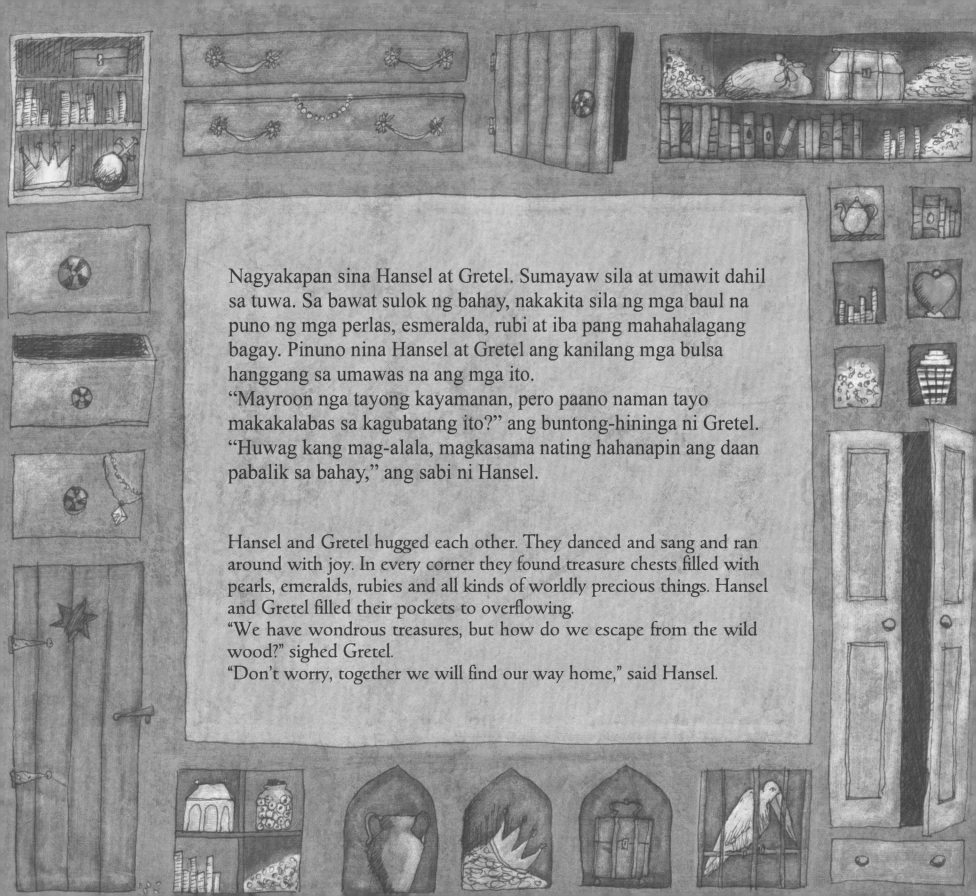

Nagyakapan sina Hansel at Gretel. Sumayaw sila at umawit dahil sa tuwa. Sa bawat sulok ng bahay, nakakita sila ng mga baul na puno ng mga perlas, esmeralda, rubi at iba pang mahahalagang bagay. Pinuno nina Hansel at Gretel ang kanilang mga bulsa hanggang sa umawas na ang mga ito.
"Mayroon nga tayong kayamanan, pero paano naman tayo makakalabas sa kagubatang ito?" ang buntong-hininga ni Gretel.
"Huwag kang mag-alala, magkasama nating hahanapin ang daan pabalik sa bahay," ang sabi ni Hansel.

Hansel and Gretel hugged each other. They danced and sang and ran around with joy. In every corner they found treasure chests filled with pearls, emeralds, rubies and all kinds of worldly precious things. Hansel and Gretel filled their pockets to overflowing.
"We have wondrous treasures, but how do we escape from the wild wood?" sighed Gretel.
"Don't worry, together we will find our way home," said Hansel.

Makalipas ang tatlong oras, nakarating sila sa isang ilog.

"Hindi tayo makakatawid," ang sabi ni Hansel. "Walang bangka, walang tulay, walang iba kundi malinaw at asul na tubig."

"Tingnan mo! Sa mga bula, may lumalangoy na bibi," sabi ni Gretel. "Siguro pwede niya tayong tulungan."

Sabay silang umawit: "Bibing munti, maningning ang iyong pakpak na puti, pakinggan mo kami.

Malalim ang tubig, at malawak ito, Maaari bang tulungan ako, na Makatawid hanggang sa kabilang ibayo?"

Lumangoy patungo sa kanila ang bibi at dinala una si Hansel at pagkatapos ay si Gretel hanggang sa ligtas silang nakatawid ng tubig. Sa bahaging iyon ay alam na nila ang kanilang kinaroonan.

After three hours they came upon a stretch of water.

"We cannot cross," said Hansel. "There's no boat, no bridge, just clear blue water."

"Look! Over the ripples, a pure white duck is sailing," said Gretel. "Maybe she can help us."

Together they sang: "Little duck whose white wings glisten, please listen.

The water is deep, the water is wide, could you carry us across to the other side?"

The duck swam towards them and carried first Hansel and then Gretel safely across the water.

On the other side they met a familiar world.

Sa bawa't hakbang, nakita nila ang daan pabalik sa dampa ng mangangahoy.
"Narito na kami!" ang sigaw ng mga bata.
Abot hanggang taynga ang ngiti ng kanilang ama. "Kahit isang sandali ay hindi ako naging masaya noong wala kayo" ang sabi ng ama. "Hinanap ko kayo, sa lahat ng dako…"

Step by step, they found their way back to the woodcutter's cottage.
"We're home!" the children shouted.
Their father beamed from ear to ear. "I haven't spent one happy moment since you've been gone," he said.
"I searched, everywhere…"

"At si Inay?"

"Lumayas na siya! Nang wala nang natitirang pagkain ay nagalit siya ng husto at sinabing hindi ko na siya makikita kahit kailan. Tayong tatlo na lamang ang magkakasama ngayon."

"At ang ating mahahalagang bato" ang sagot ni Hansel habang ipinapasok ang kamay sa kanyang bulsa at kumuha ng isang puting perlas.

"Mabuti naman," sabi ng kanilang ama, "sa wakas ay malulutas na rin ang lahat ng ating mga problema!"

"And Mother?"

"She's gone! When there was nothing left to eat she stormed out saying I would never see her again. Now there are just the three of us."

"And our precious gems," said Hansel as he slipped a hand into his pocket and produced a snow white pearl.

"Well," said their father, "it seems all our problems are at an end!"